பேசா மொழிகள்

பதிப்பகம்

Pesaa Mozhigal

Edited by Manikandan

 Special credits to Abitha, Dr.Niveditha and Dr.Nitin Chopra.

ISBN (Paperback) - 9789390724109

First Edition : 2021

Book Design by POETRY WORLD

பேசா மொழிகள்

தலைமை தொகுப்பாளர்

பார்கவி சிவபிரகாஷ்

தொகுப்பாளர்

மணிகண்டன். சு

பேசா மொழிகள்

ஒவ்வொரு மனிதனும் பேச நினைத்தும் பேச

முடியாமல் போன பலவற்றை

தங்கள் மனதுக்குள் பூட்டி வைத்தும்,

மறந்து போன மொழிகள் பலவற்றையும்

எங்கள் கவிஞர்கள் உங்கள் விழிகள் வழியே

மனதிடம் பேச

முயற்சிக்கும் பொருட்டு இந்த கவிதை திரட்டு....

தலைமை தொகுப்பாளர்

இவள் திருமதி.பார்கவி சிவபிரகாஷ், மஞ்சள் மாநகரமான ஈரோட்டை சேர்ந்தவள். இவள் புனைப்பெயர் "கவியின் கவிதை". கணிதவியல் முதுகலை பட்டம் முடித்தவள். இன்று தன் கனவுகளை முழு மனதோடு ஆர்வமாய் பின் தொடர்கிறாள்.

தனது இன்ஸ்டாகிராம் பக்கத்தில் *(@kaviyinkavithai)* ஏறத்தாழ 2500க்கும் மேற்பட்ட குறுங்கவிதைகள், நீள்கவிதைகள் பல புனைந்துள்ளார். *Spectrum of thoughts*ல் இணை எழுத்தாளராகவும், தன் முதல் கவிதை திரட்டான "*Enticement of fondness*/காதலின் தாகங்கள்" தொகுத்துள்ளார். இப்பொழுது *Poetry World Organisation*ல் தலைமை தொகுப்பாளராய் பல கவிதை திரட்டினை வழங்கி வருகிறார்.

தொலைதூரக்காதல்

அருகில் அமர்ந்து,
கண்களிரண்டும்
பேசிக் கொண்டு,
நிறைய நாட்கள்
ஆயிரம் காதல்
மொழிகள் பேசி
மகிழும் அந்த
தருணங்களை விட
அலாதியான சுகங்களையே

அளித்து விடுகிறது இந்த
தூரமாய் நின்றபடி
மறைவாய் ரசித்து
உள்ளுக்குள்ளே பேசி
அவனால் ஈர்க்கப்பட்டு
ரசித்து வரும் அந்த
சிறு நொடிகள் தான்
நெஞ்சை விட்டு நீங்கா
அழகிய நினைவுகளாய்
நின்றுவிடுகிறது சில நேரம்...

- **கவியின் கவிதை**

தொகுப்பாளர்

இவர் பெயர் மணிகண்டன். சு, தற்பொழுது தனிமையின் காதலன் எனும் புனைபெயரில் கவிதைகள் எழுதி வருகிறார். விழுப்புரம் பூர்வீகமாக கொண்ட இவர் தற்பொழுது சிங்கார சென்னையில் வசிக்கிறார். இயந்திர பொறியியலில் பட்டய படிப்பு முடித்து, தனியார் தொழிற்சாலையில் பணியாற்றி வருகிறார்.. சிறு வயது முதல் தமிழ் மீது கொண்ட ஆர்வத்தால், கவி உலகில் பயணித்து வருகிறார்..

தனிமையில் ஒரு புன்னகை

தனிமையில் புன்னகைக்கிறேன் உன்
நினைவுகளோடு!
ஆம்
பெண் பார்க்கும் படலமாம்!
என்னை பார்க்க வந்த நீ
உன்னை அன்றோ எனக்கு
காண்பித்து சென்றாய்!
பிறந்த குழந்தையாய் ரசிக்கிறேனடா உனை!
பச்சிளம் குழந்தைக்கு
சிரசில் சிகை எதற்கு!
உன் விழிகளையன்றோ
இன்னமும் ரசித்துக்கொண்டிருக்கிறேன்!
மை தீட்டா அக்கருவிழியின் மீதே
இம்மயில் மையல் கொண்டேனடா!

-

- தனிமையின் காதலன்

உள்ளடக்கம்

அந்த ஒரு நிமிடம்

உன்னை காணாத நொடியில்
என் இதழ்கள் சத்தம் போட்டு சண்டையிட்டன....
உன்னை காணும் எண்ணம் என்னில்
அந்த நொடியில் எழுந்தனவே(இருந்தனவே)......
அந்த நொடி இந்த நிமிடத்தில்
நடந்தன ஓ.....
என் இருவிழிகள் உன்னை கண்டனவே
கண்ட நொடியில் சத்தம் போட்டு
சண்டையிட்ட என் இதழ்கள் இன்று
மௌனத்தில் சண்டையிட தொடங்கியது ஏனோ.....!!!

மீனாட்சி தேவி

அப்பாவின் பொக்கிஷம்

வயிற்றில் சுமப்பது அம்மாவாக இருந்தாலும்
மாரிலும் தோளிலும் சுமப்பது அப்பாவே
அவரின் மனைவி உலகிற்கே இராணியாக இருந்தாலும்
அவர் இல்லத்து இளவரசி என்றும் அவளே
அவர் விலைகொடுத்து வாங்கிய பொக்கிஷம் பல
இருந்தாலும்
அவரின் விலையில்லா பொக்கிஷம் என்றும் அவளே
அம்மா அவளுக்கு பிடித்ததை எல்லாம் சமைத்து
கொடுத்தாலும்
அவளுக்கு பிடித்த வாழ்கையை அமைத்து
கொடுப்பது அப்பாவே
துயரினில் கண்ணீர் நிற்காமல் வந்தாலும் அவளின்
துயரை துடைக்க அப்பாவின் கரங்கள் கண்டிப்பாக
வரும்
துன்பம் வரும்பொழுது அவள் கடவுளை நினைத்த
நாட்களை விட
அவளின் அப்பாவை நினைக்கும் நாட்களே அதிகம்
காதலிக்க காதலன் வந்தாலும்
அவளின் முதல் காதலன் அப்பாவே
அவள் என்பவள் வேறுயாறுமில்லை
அப்பாவின் மகள்களே

கபிலன்.மோ.ப

அமுதகானம்

அதரம் குவித்து
அழகாய் அவன் அழைக்க
அருகில் ஓடிவந்தேன்!

அமுதம் கூட திகட்டும்
அவன் அழைக்க அழைக்க
அணுவளவும் திகட்டவில்லை!

அந்திபகல் அனுதினமும்
அழைப்பான் ஆதுரமாய்
அன்போடு அரவணைப்பேன்!

அள்ளி அள்ளி முத்தமிடுவேன்
அந்த ஒற்றை அழைப்பிற்காகவே
அமுதகானமாய் ஒலிக்கும்!
அன்பு மகனின்
'அம்மா' எனும் அழைப்பு

ஆ. சிவரஞ்சனி ரமேஷ்

அவள் (ர்) - அவர்கள்

ஆணென்றும் இல்லை பெண்ணென்றும் இல்லை
அது இது என்று அழைப்பதற்கு அவர்கள்
ஐந்து அறிவு பிறவிகளுமில்லை
பிறப்பால் இப்புவியில் அவர்களும் மனிதர்களே
நாம் போலுண்டு அவர்கட்கும் உணர்ச்சிகளே
(நம்) சமுதாயம் என்னும் சாக்கடையால்
நொருக்கப்படுகின்றார்களே
அவர்கள் மேல் உள்ள பார்வையில் இல்லை
மனிதத்துவம்
அங்கே இறந்துபோனது மனிதம் என்ற தத்துவம்

ஆபாசமும் அருவருப்பான பார்வைகள் ஒரு புறம்
சிலர் பாலியல் தொழிலில் தள்ளப்படும் கொடூரம்
காசிற்காக நம்மிடம் நீட்டியிருப்பார்கள் கரம்
உண்மையில் பாசத்திற்காய் ஏங்கும் அவர்கள் மனம்
அக்கா/அண்ணா என்ற ஒரு சொல் போதும்
ஆயிரம் பொற்காசுகளும் அங்கே
குப்பையாகிப்போகும்
பொக்கிஷமாய் புதைந்திருந்த (அவர்கள்)
புன்னகை வெளிப்படும் நேரம்..

ஜனி இராஜராஜன்

அவள் நினைவு

நான் எண்ணும் பொழுதெல்லாம்
உன்னை என்னால்
காண இயலவில்லை
நான் எண்ணும் பொழுதெல்லாம்
உன்னோடு என்னால்
கதைக்க இயலவில்லை
என் எண்ணங்கள் யாவும் எவ்வாறு வசப்படும்
எனும் வழிகள் தெரியவில்லை.....
என் எண்ணங்கள் தவறா...
இல்லை
நான் தவறா.....

நிவேந்திரன் நிவி

அவளின் முதல் கவிதை

தவங்கள் ஏதும் இன்றி பிறந்தவள் அவள்...
வலிகள் அறியும் முன்பு
அனுபவித்தவள் அவள்...
என்னைப் பெற்றவளுக்கு மணம் சிதைந்தது...
என் தந்தைக்கு குடும்பச்சுமையால்
வாழ்க்கைச் சிதைந்தது...
வறுமை என்னும் வரத்தால்
உறவினர்கள் சிதைந்தனர்...
இவர்களுக்கு மத்தியில் சிதையாமல் இருக்க
சிதைந்துப் போன மனதுடன்
என் வாழ்க்கையை மாற்றப் போகும்
முதல் கவிதை இது...

ரித்திக்கா

ஆண் பெண் நட்பு

அவள் சிரிப்பில் ஏது இங்கே பொய்,
அவள் வெறுப்பில் கண்டதில்லை மெய்..!!
அவள் இல்லாத வகுப்பறையும் வெறிச்சோடி போனதே,
வெறுமையில் என் மனம் இருக்கையில் இருக்கவே
மறுக்குதே!
கலங்கிய கண்களின் காரணத்தை கேட்காது
நல் அறிவாள்,
என் உதட்டில் சிரிப்பு சேர்க்க தன் முகத்தை
கோமாளி யாகிடுவாள்!
தோல்வியில் துணையாக எழுச்சிக்கு உறுதுணையாக!
என் புலம்பலும் அவளுக்கு கிண்டல் தானோ?
அவள் கவலையில் கைவிரல்களை விட்றிடுவேனோ?
சிறு சண்டைகளும் வெகுநாள் பிரிவினையும்
ஒரு நாளும் விரிசல் கண்டதில்லை..!
மகிழ்ச்சியும் இன்பமும் லேசில் கண்ட அவளுக்கு,
என் பாசம் கூட சில நேரம் கனம் தானே!
எப் பொழுதும் தோழனாக தோள் கொடுப்பேன்
சகியே!

பொன் சங்கர்

ஆணின் காதல்

அகவுணர்வு விழித்தெழ
ஆணவம் களைந்து
இசைத்து பாடிடுவான்
ஈடிணையற்ற காதலை...
உயிராய் உருமாறியவளுக்கு
ஊறுபடாக் காதலை வழங்க
எதையும் எதிர்கொண்டிடுவான்
ஏமாற்றம் துளிர்விடும்போதும்...!
ஐயப்பாடற்ற காதலுடன்
ஒடுக்கி ஒதுக்கினாலும்
ஓடோடி வந்திடுவான்!
ஔவியமின்றி இணைந்திடுவான்!

ஆதியுண்டு அந்தமுண்டோ?
ஆண் காதலுக்கு

அருள்மொழி காதலி ஷர்மி

இடைவெளி

விழிநீர்ப்பட்ட மண்குதிரையாய்
மடியும் மனதுக்கு..
கண்ணீர் அஞ்சலி செலுத்தி
விசும்பும் இரவு...

இடைவிடாது தாக்கும்
மௌனத்தின் இரைச்சல்...
வேட்டு சத்தம் கேட்ட கிளியாய்
வெடவெடக்கும் என் சிறகு...

நடைமேடையாய் நின்ற இதயம்...
நானுமொரு பயணிதான் காதலே..
இடைவெளி வேண்டாமே
நம் உறவில்...

நிஷா

இதய வீணை

சோகமெனும் சுமைகளைச் சுமந்து வந்து...
ஏழு சுரங்களை மிஞ்சி பெருக்கெடுத்தோடும்...
விழி பொழியும் கண்ணீர் ராகங்கள்...
விரல் வழி தத்துவங்களாய் வெளிப்பட...

ஆழ் மனதின் மௌனத்தின் நிசப்தத்தில்...
இதய நாதத்தின் உயிர் துடிப்புகள்...
அனுதினம் ஏற இறங்கித் தாளமிட...
வாழ்க்கைச் சித்திரத்தில் வரலாறான சரித்திரத்தில்...

காதல் ராகத்தைக் களங்கமில்லாமல் எழுத...
நேசமெனும் அன்பின் மலர் தொடுத்து...
இதய வீணையை இமைக்கொருமுறை மீட்டியவனே...
உயிராய் நீயென்னில் கலந்த பிறகு...

உன்னிதயத்தை மாற்றி நீ செல்ல...
என்னிதய வீணை நாணறுந்து போனதே...
வலியெனும் சுமைகளே சுரங்களாக நிலைத்ததே...!

அமுதகவி ஏகே

இதயத்தின் வலி

கதிரவனும் மறைந்து விட்டான்...

பறவைகளும் அடைந்துவிட்டது...

கோடலும் வாடி விட்டது....

அனைவரும் உறங்கி விட்டனர்...

மங்கையவள் கண்கள் மட்டும் எதையோ தேடியபடி...

எண்ணங்கள் பறந்தபடி.....

கண்ணீர் வழிந்தபடி.....

குமுறல் கேட்காதபடி....

ஒவ்வொரு இரவும் நரகமாய் மாறியபடி...

காலம் மட்டும் ஓடிக்கொண்டிருக்க....

அவள் மட்டும் ஒரே இடத்தில் முடங்கி போனது

ஏனோ!

சந்தியா ஜெய்சன்

இரண்டாம் துவக்கம்

தங்க ஜரிகை பட்டுடுத்தி
மணம் வீசும் மல்லிகை சூடி
விழிகளில் மைத்தடவி
புருவங்களுக்கிடையில் மைப்பூசி
கைகளில் வளையலணிந்து
கால்களில் சல்சல் கொலுசுடன்
பால்சொம்பை ஏந்தி
கன்னங்கள் சிவக்க
அன்னநடைப் போட்டு
சில குழப்பங்களுடன்
பல எதிர்பார்ப்புகளுடன்
தன்னவன் காத்திருக்கும்
அறைக்குள் சென்று
அவனருகில் அமர்ந்து
கண்களால் காதலை பரிமாறிக் கொண்டு
தன் புது வாழ்க்கையை
அவனுடன் துவங்குகிறாள்

தங்க மாலிகா

உயிர் பருகிய காதல்

தனித்திருந்த வேளையில்
ருசித்து பார்க்கும் நிகழ்வுகளை
பருக பருக....

தீராக் காதல் தேநீரை
நீ அளித்ததை நினைத்து
நித்தமும் எனை உயிர்ப்பித்து
கொள்கிறேன்....

இங்கே பலருடைய காதல்
நினைவுகளிலே
வாழ்ந்து கொள்கிறது....

அதில் நான் மட்டும் என்ன
விதிவிலக்கா!
என் காதலும் வாழ்ந்துவிட்டு
போகட்டும் நினைவுகளிலாவது.

மூ- பிரியதர்ஷினி

உன் மனதில் யாதோ?

கள்வா! கணவா!
பைம்மொழி புதல்வா!
செந்தமிழும் செழித்திருக்க
பைங்கிளி நான் உடனிருக்க
உன்மனதில் யாது
இருக்கும்?

ஊனாய் உணர்வாய்
இறைஇருக்க—அந்த
இறைக்கு இறையாய்
எம்மொழி இருக்க—அது
உரைக்கும் அறம்பொருள்
இன்பமாய் நீஇருக்க
உள்ளத்தில் உதிப்பதை
நான் உரைக்க
காதல் வெள்ளத்தில்
வினவும் விடையே!
செங்காந்தள் இதழ்விரிப்பாய்!
செந்தமிழுக்குச் செவிமடுப்பாய்!

வே. அஜித்குமார்

எங்கே அ(ன்னை)னாதை இல்லம்?

ஈவு இரக்கம் இல்லை என்றாலும்
ஈன்றவளுக்கு பிள்ளை
தோள் சுமையும் பெரிதாய் இல்லை
கரு சுமை என கரைக்கவும் இல்லை
உனை ஈன்றெடுத்த நாளின்
இன்பம் கண்டதுண்டு
பட்டம்பெற்ற நாளில் உன் பாராட்டு
பல்லக்கையும் பார்த்ததுண்டு
மணக்கோலத்தில் உன்னை கண்டு
கண்ணீரால் கரைந்தது உண்டு
உன் பிள்ளைக்கும் பெயர்
சூட்டி தந்ததுண்டு
இத்தனையும் பெற்றுக்கொண்டு
இன்று இல்லத்தில் வேண்டாமென்று
விட்டுச்சென்றாய் எங்கோ இன்று.

கவிதையின் காதலி நந்தினி

எழுந்து வா பெண்ணே

பெண்தானே என ஏளனப்பார்வையோடு எள்ளி
நகையாடிடும் கூட்டத்தை
கூண்டோடு எரித்திடு பெண்ணே!
ஆர்பரித்து ஓடிடும்
ஆறாய் ஓடிடு பெண்ணே!
கனலாய் எரிந்திடும் கண்களினால்
கள்வர்களை சாம்பலாக்கிடு பெண்ணே!
அனலிட்டு சிவந்து சீற்றம் கொண்டெழுந்து
அநியாயங்களை கேட்டு
அடித்து நொறுக்கிடு பெண்ணே!

உன் வீரம் கொண்ட
கண்களின் அனல் கொதிப்பு தாங்காமல்
கயவர்கள் தலைதெறிக்க ஓடிட
வேண்டுமடி பெண்ணே!

உன் வீரம் என்னவென்று காட்டிடு
வீரமங்கையென வீரத்துடன்
வீற்றிடு!

வான்மகள்

என் காதல்

கிறு(ரு)க்கியாய் உங்களுடன்!
என் காதலனைப் பற்றி!

படித்தேன் அவனை!
பார்க்காமல் விட்டதில்லை என்னை!
தனிமையில் துணை நின்றவன்...
என் கண்ணீரை கீழ் விடாமல் உறிஞ்சிக் கொண்டவன்..
வெள்ளை மனத்துக்காரன்...
வினாவானால் விடையானவன்...
ஆழ் மௌனங்களையும் ஆசைகளையும்
கிறுக்கலாய் கிறுக்கச் செய்தவன்....
என்னை யாரெனெ எனக்கே உணரச் செய்தவன்...
ஆதியும் அவன் அந்தமும் அவன்...
காதலனவன்...
யார் அவன்....
"புத்தகம்"...
புத்தகக் காதலியாய் இவள்

சுவேதா கண்ணதாசன்

என்னவளின் பிரிவு

உலகானவளே....

உன் நினைவுகளின் உச்சத்தில் நான்...

உறக்கம் தொலைத்த ஊர்க்குருவியாய்...

இருள் சூழ் வானில் உனைத் தேடும் வண்டாய்...

இவ்வுயிர் வலுப்பெறும் ஓர் ஒளியாய்..

உன் மடிதனில் தலை சாய...தவிக்கும் குழந்தையாய்....

காலை கதிரவனின்

கதிர் பட்டு ...

மோட்சம் பெரும் பனித்துளியாய்..

உன் அணைப்பில் அகிலம் மறக்க..

காத்துகிடக்கிறேன் காதலாய் ஆனவளே

தென்றல் கார்த்திக்

என்அன்புத் தோழனே

என் அன்புத்தோழனே!
உற்ற சொந்தமென்றாலும்
இதழதின் பிணைந்த மணமாக அன்றியே!
மண்ணுக்குள் மறைந்தே உறவாடும் அடிவேரானோம்!!
விழியதும் காணா நுதலது!
நாசியதும் அறியா மணமது!
விரலதும் இணையா கரமது!
இருமனமதும் கலந்த நட்பது!
விடங்கலவா பந்தமாக
விருட்சமாக தளிர் கொண்டோம்!ஈஈஈ!
சங்கடங்கள் நிகழ்நிலையதில் கரையவே!
மனப்பாடங்கள் நினைவதில் உலாவவே!
கயல்மீனும் நீரிழந்துவாழப் பழகவே!
சாயங்கள் பொய்யுருவமாய் மறையவே!
துயரதைத்தாண்டி துணிந்து பயணித்தோம்!
பனிக்கவர்ந்த புல்லாய்

வளித்தவழும் புல்லாங்குழலாய்
காவியமலர்ந்த தூரிகையாய்
அழகிய புரிதலதில் புது ராகங்களானோம்!!
விண்மீனாய் உறவுகள் உதித்தாலும்
விழிதேடும் ஓர் பந்தம் நீதானே!!

மு.சரண்யா

எனை வீழ்த்திய காதலே

அந்தமுள்ள வாழ்வினில்
அந்தி சாயும் நேரமது
என் அந்தாதி நீ
எதிர் வர..!
வேய்ங்குழல் அழகி உனை
விழியது சந்தித்த தருணத்திலே
காதல் பகழியால்
நான் வீழ்ந்திட..!
உன் மென்விரல் எனை
தீண்டையில் உயிர் பெற்றேனடி..!
உயிரினில் கலந்திட்ட
கண்மணியே...
உன்
கன்னக்குழி சிரிப்பால்
அந்தமில்லா காதல் கடலிலே
எனை மூழ்கச்செய்தாயடி..!

சுவாதிரவி

ஏகாந்த காதல்

அவனை நினைக்கும் நொடிகளில்
இதயம் இணங்கிடும் இசை அறியான்

அவன் பெயர் மொழிகையில்
இனித்திடும் இதழின் ஈகை அறியான்

அவனை ரசிக்கும் ரசிகையாய்
இன்னுயிர் இழக்கும் இவளை அறியான்

அவனின் அவளாகத் துடிக்கும்
இச்சையிலே இளைத்திடுமோ
இக்காரிகையின் ஏகாந்த காதலும்?

காவியா ரவிச்சந்திரன்

கல்லூரி வாசல்

வஞ்சகமில்லாமல் வரவேற்ற வாசலே..
வாழ்க்கையின் ஆரம்பத்தின் விடியலே.
நட்பு போல் தொடங்கியதே
நம் மதங்களை மறக்கடித்த மனதிலே ...
பட்டதை சிறகடித்து பருவமே
எதிர்காலத்திற்காக என்னை செதுக்கிய
தாயகமே
தடுமாற்றம் என்னை தடைசெய்ய.
காயங்கள் மனதில் நடைசெய்ய....
கலக்கமும்.. கல்வியும்... கற்பனைகளும்..
என்னை தரம்செய்ய
நுழையமுடியாத அரை!
தாயின் கருவறை நினைவுகளை கொண்ட
வாசல் என்றால் கல்லூரி வாசல்

அன்பன் அஜித்குமார்

கள்வனின் தேடல்...

கார்மேகம் போல வந்தவளே.!!
கண்ணக்குழியில் விழுந்த என்னையே மீட்டெடுக்க
முடியாமலே தவிக்க விட்டவளே.!!
காகிதமாய் இருந்த என்னை
நீயோ ஓவியமாய் உயிர் கொடுத்தவளே.!!
காற்றாய் என்னுள்ளே வந்து சுவாசமாய் நின்றவளே.!!
என் கனவினை திருடியவளே.!!
அந்தி வானத்தில் பூத்த மஞ்சள் தேகத்தை
கொண்டவளே.!!
அந்தி சாயும் பொழுதினிலே கதிரவனும்
வெட்கம் கொள்ள வைக்கின்றவளே.!!
புல்வெளியின் மீதே பனித்துளிப் போல
படர்ந்திருந்தவளே.!!
புல்லாங்குழலின் இசையாய் ஒலித்தவளே.!!
முத்தான மொழியிலே முழுவதுமாய் கவர்ந்தவளே.!!
முத்த மழையை கனவில் மட்டுமே பொழிந்தவளே.!!
முந்தாணையில் என்னை முடிவது எப்போது
காத்திருக்கின்றேன்...
கண்ணம்மா உன்னுடன் இணையும் நாளுக்காக.!!

ரமேஷ்குமார்

கன்னியும் கண்ணனும்

கன்னி தன் கண்களால்

காயம் நூறு செய்கிறாள்

காரம்தோய்த்த காந்தபார்வையாள்,

கண்ணன் நான்

கதறி அழுகையில்

கணக்கில்லா முத்தம் வைத்தாள்

கார்குழலி , மயிலிறகு இதழினால்,

மையல் கொண்டு மடையன் நான்

மயிலிறகை அவளென

தலையில் தூக்கி ஆடுகிறேன்

அனு தினமும் இறக்கிடாமல்....

ராஜேஸ்வரி சிவராஜ்

காதல்

சுவடிற்கு அழிவு உண்டு
ஆனால் உன் சுவாசம் பட்டு
என் மனதிற்கு வரும்
சுவடிற்கு அழிவில்லை

ஆயிரம் முறை சண்டையிட்டு தோற்றாலும்
மகிழ்ச்சியோடு ஏற்பேன்
உன்னிடம் தோற்பதாக இருந்தால்

நிதிஸ்குமார் ச

காதல் பேசியதே

ஆகாயமும் கலைப்பார
காற்றோடு காதல் பேசியதே
மழைத்துளியும் மண்ணில் விழ
பூமியின் தன்மையுடன் பேசியதே
நிழலும் நிஜமாக
இயற்கையோடு பேசியதே
கண்ணோடும் கனவோடும்
காதல் புரிய என் மௌனம்
உன்னோடு பேசியதே
வழி அறியா பாதைக்கு
வரைபடத்தோடு பேசியது
கவலை வலி என்று வந்தால்
நேரத்தோடு தனிமையில் பேசியது
கோபம் கண்டு
வார்த்தையோடு பேசியது
பேசும் மொழி பலவாக இருப்பின்
பேசா மொழி பலரிடம் இருக்கும்.

மு. முஹம்மது உமைர்

காதல் மொழிதல்

என்னைச் சார்ந்து
வாழ்கிறாள் எனும்
ஆணவம் வேண்டாம்...

முதிர் கிழம் ஆயினும்
என்னைச் சேர்ந்து
வாழ்கிறாள் எனும்
கர்வம் கொடுத்திடு போதும்...

ஆத்மார்த்தமான தன் காதல் கடலின்
ஆழமானதொரு உரையாடல் துளிகளை
அவளிடம் பரிசளித்தான்...
ஆடவன் என்னும் சொல்லுக்கு
புது இலக்கணமும் அளித்தான்..

பிரியதர்ஷினி அருணாச்சலம்

காதலின் மிச்சங்கள்

அந்தி சாயும் வேளையில்
யாருமற்ற நேரத்தில்
நீ தந்த கன்னத்து
முத்தமொன்று
உயிர்ப்புடன் வாழவைக்கிறது
முதல் காதலின்
மிச்சத்தை...

சனாஃபர்

காதலிக்க நேரமில்லை

என் நேரச்சுவடுகளில் நின் பெயர் இன்றி
இருப்பினும்...
என் நித்த செயல் அனைத்தும் நின் பெயர் நின்று
இசைக்குதடி...
தட்டச்சு முன் அறியும் நான் உனக்களிக்கும் செய்தி...
அது எக்கணமும் என் மனதில் துதிக்கின்ற சுருதி...
சில தருணம் மனம் உலரும் சென்றுவிடு அவளிடம்...
சிற்றரசி நினைவோடிருப்பதுவே சுகமென்று
ஆறுதல் உரைப்பேன் என்னிடம்...
நேரம் ஒதுக்கவில்லையென்று
இராட்சசி ரகளை புரிந்திடுவாள்...
அவளைக் கொஞ்சிக் குலைக்கும்
வசியத்திலே முனைவர் பட்டம் புரிந்திடுவேன்

மாணவன் கார்த்திகேயன்

காத்திருப்பு

கருங்கூந்தலோ!! மலர்கள் எப்பொழுது
என்னை நாடி வரும் என்றது...
குங்குமமோ!! உன் அழகு நெற்றியில்
நான் சேர எப்பொழுது அழைப்பாய் என்றது...
கருவிழிகளோ!! என்னை அழகு சேர்க்கும்
கண்மை எங்கே என்றது...
கரங்களோ!! நான் ஓசையுடன்
நடனமாடும் வளையல் எங்கே என்றது..
பாதமோ!! என் அடையாளமான சலங்கை எங்கே
என்றது..
அதற்கு மங்கையோ!!
உங்களை அழகு சேர்க்கும் என்னை!
அழகு படுத்தும் என் மன்னவன் வந்தால்தானே
இது சாத்தியம் என்று
புன்னகையால் மொழி பெயர்த்தால்...

நந்தினி சாமிநாதன்

காதோடு நான் பேச

என் ஆசைகள் உனக்காக,
நம் காதலில் இதுவரை
பேசா மொழிகள் யாவும்
உன் காதோடு பேசி
நெஞ்சோடு புதைக்க காத்திருக்கின்றேன்..

கி.ஹேமா

சட்டம்

யாரோ ஒருவரின்
தியாகத்தால் சட்டங்கள்
திட்டங்களாக வருகின்றது-ஆனால்
திட்டமிட்ட படி வருவதில்லை...

விசித்திரக்கவி

சுமையும் சுகமானதே

அன்னையாய் அன்பினை
ஆழமாய் ஆதரித்து
மசக்கையும் மயக்கமும்
மாதமாய் மாறிப்போக
கால்வீங்கிபேறு காலமும்
விரைவாய் விரைந்திட
வந்ததே வருகைநாளும்!

உடல்வலியில் உயிர்இளைத்து
உதிரத்தால் உருக்கிய
ஊனும் ஊமைகலைத்து
அரற்றிய அழுகுரலும்
இறுகி இருந்தவளுக்கு
இன்பமாய் இருந்ததுவே!

கண்ணே கண்ணீரிலிருக்க
வலிதாங்கிய வலிமையவளின்
உதட்டிலோர் உதிர்ப்புன்னகை
பத்துத்திங்களின் படைப்புக்கண்டு
அந்நொடியில் அழகான
சுமையும் சுகமானதே

மாயாதி

ஞாலத்து பொழுதுகள்

கரைத்தெடுத்த வானவில்லின்
வண்ணங்களைக் குழைத்து
வாழ்க்கையில் பூச எத்தனித்து
தோற்றுப்போன வெள்ளைக் கனவைத்தான்
சுமந்து கொண்டிருக்கின்றன
இந்தப் பூ விழுந்த கண்கள்..
எண்ணத்துப் பச்சைகளில்
படிந்த பாசிகளில்
பசுமையற்ற வெறுமை..
நீலம் குடித்து
நீண்டு விரிந்த வானவெளியாய்
நீளும் துயர்க் கறை
இத்தனை வர்ண ஜாலங்களுக்கிடையே
கசந்து கசங்கி கழிந்து கொண்டிருக்கின்றன
ஞாலத்துப் பொழுதுகள்

கிரேஸ் அபினிஷா

தமிழில் சிறுதுளி

ஈரடி எழுத்தினில் வையம் வைத்தான்
நல்லவை யாவையும் ஔவை கொடுத்தாள்
அழியா ஊற்றாய் சொல் லெடுத்து
அழகாய் அமுதாய் கம்பன் படைத்தான்.
தொல்காப்பிய மென்பதோர் இலக்கண முண்டு
இலக்கிய மெத்தனை அதன்முன் னுண்டோ?
சொட்டச்சொட்ட நனைந்திட தமிழும் பக்தியுமாய்
நெஞ்சுருகிப் பாடிட தேவாரத்திரு வாசகமுண்டு.
காதற் காவியம் பற்பல இருக்குது
கற்பினை காட்டவே சிலப்பதி காரமிருக்குது
எத்தனை எத்தனை இன்னும் இருக்குது
சொல்ல முயன்றுமே வார்த்தை நெருக்குது.

அ. முகிலன்.

தனிமை

சுற்றி அனைவரும் இருந்தும்
தனிமையை உணர்கிறேன்
ஏனோ
நீ இல்லா நேரங்களில்
கண்ணில் வைத்து மனதில்
சுமக்கிறேன்
உன் நீங்கா நினைவுகளை
என் தனிமை நீங்க உன்
வருகையை எண்ணி
காத்திருக்கிறேன்
உன் வருகை என் வாழ்வை
வசந்தமாக்குமென...!!!

அருள்ஜோதி

தனிமையில் ஒரு பயணம்....

பேருந்து பயணத்தில்,
தேடி வந்து பற்றிய
சாளர ஓர இருக்கையில்,
வானை கிழித்து என்னை நோட்டமிடும்
வெண்மதியில் மோகங்கொண்டு இன்பரசம்
பருகி கொண்டிருக்கிறேன் நான்....
என் செவிகளும் சுவைக்கிறது ஓர் இனிய
கானத்தை......
இதற்கு மேலும் ஒரு திளைப்பு இருக்க முடியுமா..?
இறங்க வேண்டிய இடமும் வந்து சேர்ந்தது....
கொடுத்து வைத்தது அவ்வளவு தான்.....

தமிழ் காதலி மாளவிகா இராஜேந்திரன்

தாய்மடி

கருவறையில் நான் கண்ட அமைதி
கார் அறுத்த நெல்லாய் நான் நிம்மதியாக
உறங்கிய சொர்கம் என் தாய்மடி...

உலகம் தாயின் மடியில் தொடங்கி தாயின் காலடியில்
முடிகிறது...
அகிலமே ஏங்கி தவிக்கிறது தாயின் இதயத்தில்,
அன்பின் அணைப்பில் வாழ, வாழ்வின் அர்த்தத்தை
உணர்ந்து!

தாயின் கருவறையில் இருந்து பிறந்த குழந்தைகள்
உண்டு
தாயின் மடியில் தவழாத குழந்தைக்கு இச்சமுதாயம்
அனாதை என்று பெயர் வைத்தது!

வாழும் காலம் வரை தாயே உன்னை
உதாசீனப்படுத்தினேன்,
தவம் இருக்கிறேன் இன்று...
என்னை சுமந்தத் தாய்மடி மீண்டும் கிட்டாதா என்று!

தயாலினி குணசேகரன்

தூக்கமில்லா இரவில்

எழுதுகோலும் எதிர்பார்ப்போடு இருந்தது எழுதவதற்கு.
எழுதத் தொடங்கினேன் கவலைகளை கவிதையாக.
கருநிற காகிதத்திற்கு கிடைத்த வெண்மை.
எழுத்துக்களில் எங்கும் ஒலித்தது உண்மை.
ஏமாற்றம் முதல் காதல் வரை.
எண்ணிலடங்கா காட்சிகள் படமாக ஓடியது மனதில்.
எடுத்து எடுத்து கோர்த்தேன் வாக்கியமாக.
நேரம் கடந்த பொழுதிலும் இடைவெளியின்றி.
சிறிதும் தளர்வில்லாமல் எழுதுகிறது எண்ணங்கள்.
ஆயிரம் வார்த்தைக்கு ஒருவார்த்தை பதில்.
அதுபோல அத்தனை மகிழ்ச்சிக்கும் ஒருநொடி
மௌனம்.
நீண்டது இரவோடு இரவாக என் கவிதை.
இருந்தாலும் முடிக்காமல் மூடி வைத்தேன்
எழுதுகோலை.
மறுபடியும் தொடர்ந்தேன் என் நினைவுகளை.
தூக்கமில்லா இரவில் தனிமை என்னும் நண்பனோடு.

தினேஷ்

தேவதை

குளிர்ந்த காற்று மெல்ல வீச,
அலை அலையாய் அவளின் கூந்தல் எழ,
பொன் நிற கைகள் அதை சரிசெய்ய,
புருவங்கள் பல கதைகள் சொல்ல,
உதடில் புன்னகை குடியிருக்க,
காணும் இடமெல்லாம் அவளே நிறைந்து இருக்க,
அவளின் வாசம் காற்றில் பரவ,
அவளின் பாதம் பட தரைகள் தவமிருக்க,
வான் தேவதையின் மகள் அவள்,
அனைத்தும் கொண்ட வெண்மதி அவள்,
ஏனோ தெரியவில்லை?
என் இதயத்தை எனக்கே தெரியாமல்,
என்னிடமிருந்து எடுத்து கொண்டாள்!
நீதி கேட்க சென்ற என்னையும்,
கண்களால் சிறைபிடித்து விட்டாள்!

லோ.சந்தியா

தொலைதூரக் காதல்

உன்னுடன் சேர்ந்து வாழ்ந்த நாட்களை விட
உன்னை விட்டு பிரிந்து இருந்த நாட்களே அதிகம்...

என் ஜன்னல் ஓரத்தில் வீசும் காற்று கூட
உன் நினைவுகளை தூக்கி சுமக்கிறது...

உன்னை பார்த்து கொண்டே இருக்க வேண்டும் என்ற
ஆர்வத்தில்...
என் கண்கள் மூடாமல் திறந்தே இருக்கிறது...

உன்னுடன் எடுத்த புகைப்படங்கள் பல நினைவுகளை
அடைக்கி உள்ளது...

வெளிய சொன்னால் பட்டாம் பூச்சி போல
வானில் பறந்து விடும் என்பதற்காக...

யாரிடமும் சொல்லாமல் என் இதயத்தில் ஒரு
பொக்கிசமாக அதனை புதைத்து வைத்திருக்கிறேன்...

அந்த காதல் சாவி உன்னிடத்தில் உள்ளது
நீ வந்து அதனை திறந்து உன் மீது வைத்துள்ள
காதலை எடுத்து கொள்வாயாக...

ஆல்வின் சாமுவேல்

நிலவின் சிறை

நிலவை சிறைபிடிக்க
தெப்பத்தில் நீரும்
வலைவிரித்து கிடக்குதடி
தழும்பாமல் சிலையாய்!

உன் கண்ணுக்குள்ளே
கரையுற்ற நிலவும்
சிறையுற்று கிடக்குதடி
நீந்தும் கருவிழியாய்!

மீனது துள்ளயிலே
ததும்பும்நீரும் உன்
கன்னக்குழியில் விழுகுதடி
கண்ணீர் துளியாய்!

இவள் விழித்திரையில்
நிலவின் சிறை!

இல.நிஷாந்தி

நினைத்து நினைத்து பார்த்து

திருமணம் முடிந்த இரண்டு நாட்களில் இராணுவத்திற்கு
பயணம்
கழுத்தில் தாலியுடனும் மனதில்
என்னையும் சுமக்கும் அவள்
காத்திருப்பதும் ஒரு சுகம் தான்
காலங்கள் போனாலும் நானும் அவளும்
என் இரும்பு மனுஷி என்றும் என் இல்லத்தரசி

ஹரிதாபிரீத்தி

பணத்தின் பரிணாமம்

காடுகளில் வாழ்ந்த இவன் காட்டுவாசி,
காலத்தால் நகர்ந்த இவன் நகரவாசி,
அன்றைக்கோ பண்டம் மாற்றி பழகியவன்,
இன்றைக்கு பணம் மாற்றி பழகிவிட்டான்,
பண்டத்தின் மதிப்பினை மதிப்பு செய்ய,
பணத்தை அளவு கோலாய் வைத்தானே,
அளவிட ஆக்கப்பட்ட அற்புத காசிற்கு,
மதிப்புமிகு பொருளும் தன்மையை இழக்குமே,
பாதாளம் பாய்ந்து செல்லும் பணத்தை,
இவனோ வேதாள மாக்கியே தினம்,
விந்தை பலவும் புரிகிறான் விதவிதமாய்,
இங்கு பணத்திற்கு மனிதம் பலியாடா?
அன்றி மனிதனுக்கு பணம் பலியாடா?
பணத்தை பணமாக பார்க்கும் வரை,
பாதகம் என்பது இங்கு எவர்க்குமில்லை.

கந்தவேல் பிரபாகரன்

பாவாடை கயிற்தடம்

என் மூச்சின் தென்கிழக்கு பருவ காற்றில்..

அவள் இடையில் பரவி

கிடந்த மணல் திட்டுகளின் வறுடல்களில்..

கால் தடம் என

நான் இதழ் தடம் பதிக்க..

எல்லைகள் தாண்ட கூடாது என போட்டாள்

கருப்பு எல்லைக்கோடு..

கா. மகாராஜா

பாவையின் பரிதவிப்பு

வஞ்சி இவ வாடி கெடக்கேன்....
வசந்த காலத்துல மாமன் உன் நெனப்ப போத்தி
கெடக்கேன்....
அள்ளி முடிஞ்ச கொண்டையில மல்லி சூடி
இருக்கேன்....
நான் ஆக்கி வச்ச கஞ்சிய நீ குடிக்க நான் காத்துக்
கெடக்கேன்...
அம்புட்டு ரோசத்தையும் ஒதுக்கி வச்சு....
நாம ஒன்னு சேர முகூர்த்தம் குறிச்சு...
கண்ண மட்டும் காட்டு ராசா...
காலம் பூரா உன் காலடியில விழுந்து கெடப்பா இந்த
ரோசா...

ஆ. பாண்டிச்செல்வி

புகைப்படம்

பழைய புகைப்படங்கள்
எண்ணிலடங்கா நினைவுகள்.
மனதில் தாளங்கள் இடும்
பழைய நியாபகங்கள்
அவற்றை நினைக்கும் போதெல்லாம்
கண்ணின் விளிம்பில்
சிறு ஈர துளிகள்....
துடைக்கும் வேளையில்
நம்மிடம் பூக்கும்
அந்த சிறு
இதழோர புன்னகை
சொல்லும்
அந்த பொக்கிஷமான
நினைவுகளின் முக்கியத்துவத்தை....

ஷமீம் பானு

பேசா மொழிகள்

இரவுகளும், உறவுகளும்
நேசமும், நெருஞ்சிமுள்ளுமாய்
நேரடியாகவும், மறைமுகமாகவும்
பலக் கேள்விகளை எழுப்பிட,
உ(ம்மை)ண்மை இதுவெ(எனதெ)ன்று
உரைக்க மறுத்து
பேசா மொழியாய்
உள்ளம் ஊமையானதேனோ?
சரியான காலம்
உரைக்குமோ -நம்
பேசா மொழிகளின்
காவிய(காதல்) கதையை!!
சுகமாய் சுமந்து
அழகாய் பெற்றெடுக்க
போகும் காவியம்(சிசு)
சிறக்குமோ- நம்
இருவரின் ஓவியம்(அன்பு) ஒன்றால்!!!

மு. சௌந்தர்யா

பேசா மொழிகள் ஆயிரம்

பேசும் மொழிகள் உலகில்
ஆயிரம் இருப்பினும் அதில்
பேசா மொழிகள் ஐந்து
இல்லாமற் போகுமா,,,,
பசியில் வாடும் பச்சிளங் குழந்தை
அழுவது பேசா மொழி அல்லவா!
கூட்ட நெரிசலில் ஏற்படும்
பாலியல் துன்புறுத்தலை
மறைக்கும் பெண்களின்
வலி பேசா மொழி அல்லவா!
தன் துயர் மறந்து பிள்ளையின்
துயர்த்துடைக்கும் பெற்றோரின்
தியாகம் பேசா மொழி அல்லவா!
வறுமையிலும் உழைத்து
வாழும் ஏழையின் நேர்மை
பேசா மொழி அல்லவா!
விட்டுச்சென்ற காதலியையும்
வாழ்த்தி விட்டுச் செல்லும்
காதலனின் தியாக மனம்
பேசாமொழி அல்லவா...!

சுந்தர் முத்துக்குமரன்

பேசா மொழிகள் யாதெனில்

பேசா மொழிகள் யாதெனில்...
பசுஞ்சோலையென படர்ந்திருக்கும் இயற்கையின்
மொழி
கைக்குகிட்டாத பட்டுபூச்சியை கண்ட மழலையின்
ஏக்கமொழி
கர்த்தனை நோக்கி இருகரம் கூப்பும் வேண்டலின்
மொழி
தலைகோதும் தாயன்பின் விரல்மொழி
ஆழ்துயரொன்றில் ஆறுதல் கூறும் நட்பின்மொழி
வானத்தின் விண்மீனாய் வலசை போகும்
காதலின்மொழி
உறக்கத்தினூடே உற்றாளிடும் நுதல் முத்தத்தின்மொழி
காமத்தின் கிறக்கதில் கண்ட கண்ணீர்த்துளிகளின்
மொழி
அவள் கூறா முந்நாள் வலிகளின்மொழி
இறுதியாக உலகுக்கு தெரியாமல் உள்ளுக்குள்
அழுதுகொண்டும்
தனக்குள்ளே பேசிக்கொண்டும்
மன்றாட கிடைத்த மரணத்தின் மொழி!
மொத்தத்தில்
ஆனந்தித்திருத்தல் மற்றும் பரித்தவிப்புகளின்
பாஷைகளே
இந்த பேசா மொழிகள்!

வில்லியம் தாமஸ்

பேசா மொழிகள் அவனுடன்

ஆண்களை வெறுக்கும் என் மனமானதை
பேச வைத்தது ஏனடா கண்ணா
உன் விழி பார்த்த நொடி முதல்
பேசா மொழிகள் உன்னுடன் பேசி
நீ பேசும் அழகை ரசிக்க வேண்டும்
உன் இதழ் காண்கையில்
ஓராயிரம் கவிதைகள் தோன்றுதடா
உன் கண்கள் என்ன
என்னை ஈர்க்கும் மின்காந்தமா
அன்பே சற்று நேரம் கூட
உன்னை பிரியமுடியவில்லை
இரவென்னும் போதை நேரம்
தாண்ட முடியவில்லை உன்னை காணாமல்
நிலவோடு தனிமையில் பேசி என் இரவை
கொள்கிறேன்
என் ஆசை நிலவோடு என்று
அந்த காதல் காட்சிகளில் நடிக்க என்று
ஒத்திகை பார்க்க வைத்து விட்டான்
தேய்கின்ற நிலவு இவன் விழி பார்வையில்
பவுர்ணமி ஆக காதலோடும்
ஆவலுடன் காத்திருக்கிறேன்
என் காதலுக்காக அன்பே

இராமலட்சுமி

பேசாத மொழிகள்

உறை பனியாய் உருகும் நான்
ஆதவன் உஷ்ணத்தை விட
காதல் ஹார்மோன்
உஷ்ணத்தின் வெப்பதால்,
விழிகளின் குறுகுறுப்பினால்
விழி அம்பில் புதைந்து,
கருத்த மீசையில் முல்லை கொடியாக
படரும் புன்னகையில் படர்ந்து,
கண்கள் பேசும்
மொழியே நேருக்குநேர்
காண முடியமால் வெட்கப் புன்னகை கொண்டு
தலைகுனிந்து,
கண்கள் பேசும் மொழிக்கு
இதழ்களால் ஓவியம் தீட்ட,
வைரமாய் ஜொலிக்கும்
கருப்பு மயில் இறகாய் வருடும் தாடிக்குள் ஒளிந்து
இருக்கும்
உன் இதழோடு
"பேசாத மொழியில்" கவிதை ஒன்றை வடித்து,
அத்தனை
எல்லை கோடு துறந்து
உன்னிலே லயிக்க கிடக்க வேண்டும் என்றென்றும்

அன்பின் சகி

போதும்

அழித்ததுப் போதும்...

சீரழித்ததுப் போதும்...

கல்லிப்பால் கொடுத்ததுப் போதும்...

கருவில் கொன்றதுப் போதும்...

காதல் தொல்லை செய்ததுப் போதும்...

காமவெறிக்கொண்டு கற்பழித்ததுப் போதும்...

வலியறியாது விளையாடியதுப் போதும்...

உதிரத்தால் ஒதுக்கி வைத்ததுப் போதும்...

கட்டுப்பாட்டுக்குள் கட்டிவைத்ததுப் போதும்...

போதும்..! போதும்..!

சாது மிரண்டால் காடுகொள்ளாது..!.!

சாந்தசொருபமான அவர்களோ...

பராசக்தியானால்...

நாடு தாங்காது நினைவில்கொள்..!

கண்மணி.ரா

மனச்சிறை

ஒவ்வொரு நொடியும் உனதாகிப்போக ஆசை
உன் நாசியில் உறைந்துபோக ஆசை
உன் இருகிய கரங்களை இருகப்பற்றிக்கொள்ள ஆசை,
உன் மெய்காந்த விழிகளில் கரைந்திட ஆசை
ஆதரவாய் என் தலையை
நீ கோதிவிட ஆசை
உன் சூடான மூச்சுக்காற்று என்
காதோரத்தில் படர்ந்திட ஆசை,
என் விழியோர எல்லையில்-
நீ மட்டுமே இருந்துபோக ஆசை
என் வீட்டு முகம் பார்க்கும் கண்ணாடியில்
தெரியும் பிம்பத்தை பார்த்து சிரிக்கின்றேன் நான்...
சிலையாகி போனேன் நான்...
உன் மனச்சிறையில் அடைத்தாய்
என் சிறையாளனாக

மு. நித்யஸ்ரீ

மழலை

உண்டான நாள் முதலே
கணநேர உமட்டலிலே
உன்னைகாண
துடிப்பு
என் சுவாசநாடியிலே
நாள்போக வளரும்
என் வயிற்றின்
ரேகை பேசும்
உன் வளர்ச்சியின் வேகத்தை
என் இதய வழியினிலே
ஐயிரண்டு மாத
விளிம்பில்
வலி கொண்டு நான் கதற
அழகின் உருவாய்
வெளிவந்து
உலகை கண்டு நீ அலற
சிரித்து பெருவலி மறந்து போனேன்
என் உயிர் வந்த எனதுயிரே

தேவி தியாகு

மெழுகாய் நான்

உனக்காக உருகினேன்

மெழுகுவர்த்தியாக,

ஆனால்,

இருண்டவுடன்

அறிந்துக் கொண்டேன்..

காற்றாக நீ வந்தாயாயென...!

ஷண்முகபிரியா

மௌனம்

காரணம் வார்த்தைகள் குறைவா?
இல்லை,
நான் பேசுவதுதான் குறைந்தது
எழுத்துக்களை இதழில் தீட்டும் நான்
மேடையில் பேசாமல் மௌனம் காத்தேன்
திறமைகள் பல இருந்தும்
நேர்காணலில் மௌனம் காத்தேன்
என்னவளின் அழகை ரசித்த நான்
காதலை வெளிப்படுத்துவதில் மௌனம் காத்தேன்
இருந்தும் மணமேடை ஏறினேன்
துணைமாப்பிள்ளையாய் உடன் நின்றேன்
என் சிரிப்பின் காரணத்தை கூறும் நான்
என் அழுகையின் காரணத்தை கூற மறுத்தேன்
பேசிய சில நாட்கள், மௌனம் பல நாட்கள்
தயக்கம், அச்சம் என என்னுள் பல காரணங்கள்
என் மௌனத்தை வெளிப்படுத்த...

ர சதிஷ்

மௌன காதல்

கண்கள் செய்யும் காதலும்
இதழ் செய்யும் மோதலும்
என் உணர்வின் உச்சமும்
என்னை நித்தம் தடுக்கவே செய்கிறது
வெட்கம் முட்ட
தொண்டைக் குழியில் வார்த்தை முட்ட
எட்டடி தள்ளியே நிற்கிறேன்
காகிதம் போன்ற மெல்லிய வார்த்தைக் கொண்டு
கூறி விடலாம் என்று வந்தேன்
கணம் கணமாய் ஆகி என்னை
மொழியில்லாமல் ஆக்கி விட்டது உன் விழிகள்
தொலை தூர காதல் கூட
தொட்டு விடும் எல்லைக்குள்
ஆனால் என் காதலோ
என்றும் சொல்ல வந்ததொன்றும்
சொல்லியது ஒன்றும் போல
பேசா மொழியாகவே போகிறது...

பெ.மாலினி

வழி இல்லா வலிகள்

நினைப்பது ஏனோ...

நினைப்பது வீணோ..

நினைப்பதால் தானோ..

நகர்கிறேன் நானோ..

உன்னை பிரியும் நேரமா..?

உயிர் பிரியும் நேரமா..?

உடன் இருந்த நினைவுகளே

என் உள்ளத்தை நகர்த்திடுதே..

காத்திருந்த நிமிடங்கள்..

கடந்து போன நினைவுகள்..

கண்களிலே கண்ணீராய் வருகிறதே..

வழிந்து ஓடுகிறதே..

உடன் இருந்த உரசல்கள்..

உரசலோடு என் உறக்கங்கள்..

உயிர்ப்போகும் வலியை ஒவ்வொரு நொடியும்

தருகிறதே..

மு. நாக முருகேஷ்

வாழய வரம் பெற்றேன்

தீரா கனமழை பெய்தது பணமாய்!..
வாழ்வு வரைப்படம் ஆனது வண்ணமாய்!..
ஆழ்கடல் அளவு அவரணியும் ஆபரணத்தங்கம்!..
அதன் ஒளி திடத்திலே என் வாழ்வு பதுங்கும்!..
அவனுக்கு வாழ்வு அமைந்தனில் கவலையில்லை!..
இறைவன் இயற்றிய எழுத்துக்கும் அஞ்சவில்லை!..
மரியாதையும் முன்னே ஓடி அவனைப் பிடிக்கும்!..
அது ஓடும் வேகத்தைப் பார்த்து பாவிமனம்
துடிக்கும்!..
ஆள்காட்டி விரலும் அவனுக்கு அடங்குதம்மா!..
ஆனந்தம் யாவும் என்னிடம் வர
துணியவில்லையம்மா!..
பணமெல்லாம் சிறகாய் விரிந்து வியக்குதம்மா!..
படைத்த உள்ளம் ஏதுமின்றி தவிக்குதம்மா!..
பணத்தின் ஏக்கம் ஏடாய் குவிந்ததம்மா!..
நேரம் எல்லாம் வீண் பனித்துளியாய் கரைந்ததம்மா!..
ஏற்றங்கலும் வேண்டாம்!.. ஏற்றத்தாழ்வுகளும்
வேண்டாம்!..
அவரவர் பொருளிலே அவரவர் பங்கு காண்போம்!..
இருக்கு என்று ஆடாதே!..
இல்லை என்று இகழாதே!..
உயர்ந்நார் தாழ்ந்தோர் பிரிக்காதே!..
எதுவாயினும் மண்ணுக்கே நாம் உணவு மறந்திடாதே!..
பேசா மொழிக்காரனனின் போதை இது!..

அபிதா.சீ

வாய்மொழி

பாதையில் பேதையாய் சிரிக்கின்றேன்
நாம் சிரித்த நாட்களை எண்ணி.
உன் இமை பார்த்து வினவிய காலம்
கண் முன் தோன்றுகிறது...
என்றும் என் காதில் கேட்கும் வாய் மொழிகள்
இன்று காணாமல் போனது ஏனோ.....

கீர்த்தி. மோ

வார்த்தைகள் தேடி

தேர்வறையில் மை தீர்ந்து போன
பேனாவைப் போல
பேசுவதற்கு வார்த்தைகள் தீர்ந்துதீர்ந்துப் போயின

அருகில் தெரியாத ஒருத்தியிடம் கேட்பதைப் போல
மனதிடம் கேட்டேன்
தரவே இல்லை

தெரியாத கேள்விகளுக்கு
கதை எழுதுவது போல
பொய்யான காரணங்களைத் தேடினேன் -
கிடைக்கவில்லை

இனி கேட்கவும், தேடவும்
தேவையில்லை என மையை (காரணங்களை)
ஊற்ற (உருவாக்க) செல்கிறேன்

நான் போகிறேன் மை (காரணங்களை) தேடி
விரைவில் பேனாவோடு (வார்த்தைகளோடு)
வருகிறேன்

அதுவரை...

சி.திவ்யா

அந்திமாலையில் என்னவனுடன் ஒரு பயணம்

அழகிய கார்மேகம் சூழ்ந்த! சில்லென்று காற்று வீசும் அந்திமாலை பொழுது அது!.
நீண்ட நாள் ஆசை! என்னவனுடன் இருசக்கர வாகனத்தில் மனிதர்கள் இல்லா சாலையில் பயணிக்க வேண்டுமென்று,

ஆமாம்! அப்படி ஒரு நாளும் வந்தது..
என்னவனின் தோள் தொட்டு, வண்டியில் அமர்ந்தேன்.. ஐயோ அந்த ஒரு நிமிடம் அடிவயிற்றில் ஆயிரம் பட்டாம்பூச்சி பறப்பது போல் உணர்வு...!

இருவரும் காற்றை கிழிக்கும் அளவிற்கு வேகமாக சென்றோம், அந்த ஆளில்லா சாலையில்..!
வானத்தையும், எங்களை கடந்து செல்லும் மரங்களையும் பார்த்துகொண்டே வந்த எனக்கு ஒரு மயக்கம், என்னவனின் மீது..! சாலை மேடுகளில் அவன் சட்டென்று பிரேக் பிடிக்க, என் கை பட்டென்று அவன் தோளை பிடித்தது. அந்த நொடியே மயங்கிவிட்டேன் என்னவன் ஸ்பரிசத்தில்...! அவன் தோளில் சாயிந்தவாறு என் பயணம் போய்கொண்டிருக்க. எங்கள் நெருக்கத்தைக் கண்டு பொறுக்க முடியாமல் பொறாமையில் பொங்கியது கார்மேகம் மழையென்ற பெயரில்.!

ஐயோ! என்ன செய்ய?.. எங்களிடம் குடையில்லையே? என்னவனை தீண்ட மழைக்கும் அனுமதியில்லை. எனவே, வண்டியை நிறுத்தி அவன் கைகளைப் பிடித்து இழுத்துக் கொண்டு ஒரு மரத்தடியில் இருவரும் நின்றோம்.. அவன் மேல் சிதறிய மழைச்சாரலை துடைத்து என் துப்பட்டாவினால் குடைப்பிடித்தேன். வானம் பிளப்பது போல் இடி

முழக்கம். அச்சமயம் என் இதயத்தில் ஏதோ ஒரு படபடப்பு. ஹா ஹா ஹா ..இடி முழக்கதினால் அல்ல..என்னவன் என் அருகில் இருக்கும் பரவசத்தினால்..!

சட்டென்று கண் கூசும் வெளிச்சம்.. ஹா ஹா ஹா அதுவும் மின்னல் அல்ல என்னவனின் அந்த மின்சாரப் பார்வை தான்! ..என் பற்கலோ டைப் ரைட்டிங் செய்ய ஆரம்பித்துவிட்டது. அடைமழையின் குளிரால்..கண்ணிமைக்கும் பொழுதினில் என் இரு கரம் பிடித்துக்கொண்டான்... அய்யோ! அந்த ஒரு நொடியை எப்படி சொல்ல? ஓராயிரம் சூரியன் நடுவில் இருப்பது போல் அனலில் மூழ்கியது என் தேகம். என் விழியும் அவன் விழியும் பார்வையால் மோதிக்கொண்ட பொழுது, அவன் விழியால் என் விழி மூட அருகில் வந்தான்

என்னவன்.. அவன் சூடான மூச்சுக்காற்று என் பெண்மையை சாம்பலாக எரிக்க தொடங்கியது..அவன் மின்னல் பார்வையை எதிர்கொள்ள முடியாமல் கண்களை மூட.. அவனோ என் இதழ் மூட வந்தான். அந்த நொடி... அய்யோ! போதுமடி உன் பேராசை.., உன் கண்களை திறந்துப்பார் என்று அலறியது என் அலாரம்...

மாலினி இராதா கிருஷ்ணன்

விரும்புகிறேன்

தற்பொழுது நாம் அனைவரும் நன்கு உணர்ந்திருப்போம் நாம் உயிர் வாழ அடிப்படையாக இருப்பது விவசாயமே என்று. இருப்பினும் அதைச் செயலில் காட்டாமல் "விவசாயம் காப்போம்" என்று கூறுவதனால் மட்டும் எந்த பலனும் இல்லை.

ஒருமுறை சாம்பார் தூள் காலியாகி விட்டது என்பதற்காக என் அம்மாவிற்கு தொலைபேசி செய்தபொழுது, வயதான காரணத்தால் எங்களால் வயலை கையாள முடியவில்லை என்று சொன்னாள். என் அப்பாவிற்கு வயது **59**, என் அம்மாவிற்கு **51.** .நா்ங்கள் மூன்று மகள்கள், நான் நடு மகள். என் மூத்த சகோதரி திருமணமாகி அமெரிக்காவில் குடியேறினால், எனக்கும் திருமணம் ஆகி சென்னையில் உள்ளேன், என் தங்கை பொறியியல் முடிக்கவிருக்கிறாள், பல்வேறு முன்னணி தகவல் தொழில்நுட்பத்துறையில் வேலை கிடைத்துள்ளது. ஆம், அத்தகைய திறமையான பெண் தான்.

என் தந்தை ஒரு ஓய்வு பெற்ற அரசு ஊழியர், எனது தாய் ஒரு இல்லத்தரசி மற்றும் பெரும்பாலான நேரத்தை வயலில் செலவிடுவார். என் குழந்தைப் பருவத்தில் ஞாயிற்றுக்கிழமை வரக்கூடாது என்று விரும்புவேன். சற்று வித்தியாசமாகத் தான் தெரியும். ஏனெனில் என் தந்தைக்கு வயலில் வேலை செய்ய நேரம் கிடைப்பது ஞாயிற்றுக்கிழமை மட்டும் தான், நாங்கள் அனைவரும் அவருக்கு உதவ வேண்டும், ஞாயிற்றுக்கிழமை மற்றும் அரசு விடுமுறை நாட்களில் அதிகாலையில் விழிப்போம். சூரிய அஸ்தமனம் வரை நாள் முழுவதும் வயலிலேயே நேரத்தைச்

செலவிடுவோம். தொலைக்காட்சியில் ஒளிபரப்புகின்ற சிறப்பு நிகழ்ச்சிகளை எல்லாம் காண முடியாது, என் அப்பாவிற்கு விடுமுறை இல்லை என்றால் அனைவரும் மகிழ்ச்சியில் திகழ்வோம்.

சரி தலைப்பிற்கு வருவோம்,

எங்களது வயல் சுமார் 3 ஏக்கர் மிகப் பெரியதும் இல்லை, ஆனால் சிறியதும் இல்லை. அதன் முன் பகுதி ஒரு சிறிய தெருவில் அமைந்திருந்தது, இந்த வயல் எல்லாம் என் தந்தையின் கடின உழைப்பினால் வாங்கப்பட்டது. முதலில் நாங்கள் கரும்பு அறுவடை செய்தோம், அதில் எங்களுக்கு பெரும் லாபம் இருந்தது. எங்கள் வயல் ஒரு தெருவில் அமைந்திருந்தது மற்றும் கரும்பை டிராக்டரில் ஏற்றுவது மிகவும் கடினமாக இருந்தது.

எனவே பின்னர் நாங்கள் வாழை அறுவடைசெய்ய ஆரம்பித்தோம். அதில் வேலை மிகவும் கடினமாக இருந்தது மற்றும் லாபமும் இல்லை ஒரு தாரின் விலை 10 ரூபாய்க்குக் கூட சில நேரம் போகும்.

பின்னர் இறுதியாக நாங்கள் நெல்லுக்கு மாறினோம், லாபம் அதிகம் இல்லை 60,000 செலவழித்தால் 70,000 கிடைக்கும். இப்போது நிலைமை என் அப்பாவுக்கு வேலை செய்ய அதிக ஆற்றல் இல்லை, என் அம்மாவுக்கு நீரிழிவு இருக்கிறது. நாங்கள் தொழிலாளர்களை வேலைக்கு விட்டாள், இலாபத் தொகை அவர்களின் சம்பளத்திற்குச் செலவாகிவிடும். எனவே, என் அம்மா கூறினார் வயலை விற்று விடலாம் என்று. ஆனால் கண்டிப்பாக என் அப்பா இதை ஒரு போதும் ஏற்க மாட்டார் என்று எனக்கு தெரியும்.

பின் சிறிது நாளில் என் அப்பாவிற்கு மூளையில் ரத்த கசிவு காரணத்தால் படுக்கைக்கு தள்ளப்பட்டார். ஆகையால் எங்கள் குடும்பம் அனைவரும் ஆசையாக பார்த்துகொண்ட நிலம் தற்பொழுது குத்தகைக்கு மாறியது. என் விழியின் ஓரம் கண்ணீருடன் விரும்புகிறேன் "நான் ஏன் ஒரு ஆணாகப் பிறந்திருக்கக் கூடாதா என்று."

இப்படி தான் ஒவ்வொரு விவசாய நிலமும் ஏதோ ஒரு சந்தர்ப்ப சூழ்நிலையால் பலரின் மனவருத்தத்துடன் வீட்டு மனையாக மாறுகிறது.

சுஜிதா ராமலிங்கம்

வாழ்வாங்கு வாழ்...

அது ஒரு ரம்யமான இரவு. ப்ரனவ் ஒய்யாரமாய் அமர்ந்து கிரிக்கெட் பார்த்துக்கொண்டிருக்க, அவன் மடியில் வேகமாய் வந்து தலை சாய்த்தாள், நிவிஷா. "அம்மா... நான் தான் அப்பா மடில படுப்பேன்", என்று பின்னாடியே ஓடி வந்து கட்டியணைத்தாள், ப்ரனிஷா.

ப்ரனிஷா... வீட்டை எதிர்த்து காதல் திருமணம் செய்துக்கொண்ட ப்ரனவ்-நிவிஷா தம்பதியினரின் காதல் பரிசு. தனது ஆறாவது பிறந்த நாள் கொண்டாட்டத்திற்கான பட்டியலை முன்னெடுத்துக் கொண்டிருந்தாள்.

“சரி... நீ கேட்டதெல்லாம் நம்ம பண்ணலாம். இப்ப போய் படு. நாளைக்கு ஸ்கூல் போகனும்ல"- ப்ரனிஷாவை தூக்கிக்கொண்டு போய் படுக்கையறையில் படுக்கவைத்துவிட்டு, தன் கணவன் அருகில் வந்தமர்ந்தாள், நிவிஷா. இருவரும் காதல் பார்வையை பரிமாற்றிய தருணம்.

"அம்மா... வலிக்குது" அலறல் சத்தத்துடன் கதறிக்கொண்டு ஓடிவந்த ப்ரனிஷா மயங்கி சரிந்தாள். அடுத்த பதினைந்தாவது நிமிடம்... மருத்துவமனையில்.....

ப்ரனிஷா மூளை சாவடைந்துவிட்டதாகவும், ஒருபோதும் இனி எழுந்திருக்க மாட்டாள் என்று மருத்துவர்கள் கூறினர்.

உலகமே இருண்டது போலானது. இடிந்து போய் சாய்ந்தான், ப்ரனவ். தன் உடைந்த மனதையும், கனவுகளையும் சேகரித்துக்கொண்டு, ப்ரவனவை தேற்றினாள், நிவிஷா...

ஐந்து வயதில் இருந்தபோது ப்ரனிஷா ஒருநாள் ஏதோ படம் பார்த்துவிட்டு, அம்மாவிடம், "அம்மா, நான் இன்னொரு குழந்தைக்கு உறுப்பு தானம் செய்தால் என்ன" என்று கேட்டாள். எனவே அவளின் ஐந்தாவது பிறந்தநாளன்று, அவர்கள் முழு குடும்பமும் உறுப்பு தானம் செய்பவர்களாக பதிவு செய்திருந்தனர்.

இன்று...

அவள் நினைவுகளை விட்டுச் செல்லவில்லை; உன்மையான உறவுகளை கொடுத்துச் சென்றாள்.
அவள் புதைக்கப்படவில்லை; விதைக்கப்பட்டாள்...

ப்ரனிஷாவின் உறுப்புகள் ஏழு பேரின் வாழ்க்கையை மேம்படுத்தின.

தனது மகளின் நினைவாக ப்ரனவ், "ப்ரனிஷா ரெயின்போ அறக்கட்டளையை அமைத்து, உறுப்புதான விகிதத்தை மேம்படுத்துகிறார்.

இறந்தும் வாழ்ந்துக் கொண்டிருக்கிறாள், ப்ரனிஷா, பிறர் வாழ....

சந்திரபிரியா